ભારતના મહાપુરુષ

જવાહરલાલ નેહરુ

રેનુ સરન

ગુજરાત પુસ્તકાલય સ. સ. મંડળ લિ.
૧૧, ઈલોરા કોમર્શીયલ સેન્ટર, પહેલો માળ, રીલીફ સીનેમા પાછળ.
સવાપસ રોડ, અમદાવાદ—૩૮૦ ૦૦૧
ફોન : ૨૫૫૦ ૬૯૭૩

ડાયમંડ બુક્સ

પ્રકાશક	:	ડાયમંડ પૉકેટ બુક્સ પ્રા.લિ. X-30, ઓખલા ઇંડસ્ટ્રિયલ એરિયા, ફેઝ-II, નવી દિલ્હી-110020
ફોન	:	011- 40712200
ઇ-મેઇલ	:	wecare@diamondbooks.in
વેબસાઇટ	:	www.diamondbooks.in
સંસ્કરણ	:	2025
મુદ્રક	:	Repro (India)

JAWAHARLAL NEHRU

By : Renu Saran

વિષય સૂચી

પરિચય

પંડિત જવાહરલાલ નેહરુ સ્વતંત્ર ભારતના પ્રથમ પ્રધાનમંત્રી હતા. તેઓ મહાન સ્વતંત્રતા સેનાની, સાચ્ચા સમાજ-સુધારક અને એક વિદ્વાન રાજનેતા હતા. સ્વતંત્રતા સંગ્રામમાં એમના અભૂતપૂર્વ યોગદાનને જોતાં એમને સ્વતંત્ર ભારતના નિર્માતા પણ કહેવામાં આવે છે.

જવાહરલાલ નેહરુએ સ્વતંત્ર ભારતમાં સામાજિક તેમજ લોકતાંત્રિક રાષ્ટ્રનો પાયો નાખવામાં અગત્યની ભૂમિકા અદા કરી. રાષ્ટ્રના સર્વાંગીણ વિકાસ માટે નેહરુએ અનેક કાર્યક્રમ શરૂ કર્યા. એના સિવાય ધર્મનિરપેક્ષ, સામાજિક ન્યાય અને ગુટનિરપેક્ષ સંબંધી અવધારણાથી એમણે રાષ્ટ્રની આત્માને સિંચિત કરી.

આધુનિક ભારતના નિર્માણ હેતુજવાહરલાલ નેહરુએ યોજના આયોગનો પાયો નાખ્યો. એમણે વિજ્ઞાન અને ટેકનીકને વધારો આપ્યો અને ક્રમશઃ ત્રણ પંચવર્ષીય યોજનાઓની શરૂઆત કરી. એમની નીતિઓથી કૃષિ અને ઔદ્યોગિક ઉત્પાદનના ક્ષેત્રમાં ઉલ્લેખનીય વૃદ્ધિ થઈ.

સ્વતંત્ર ભારતની વિદેશ નીતિ નક્કી કરવામાં પણ નેહરુજીએ અગત્યની ભૂમિકા અદા કરી. ટીટો અને નાસિરની સાથે

જવાહરલાલ નેહરુ ગુટ નિરપેક્ષ આંદોલનના પ્રણેતાઓમાંથી હતા. કોરિયા-યુદ્ધ પર વિરામ લગાવવામાં નેહરુજીએ એક સકારાત્મક મધ્યસ્થની ભૂમિકા અદા કરી.

અન્ય આંતરરાષ્ટ્રીય સમસ્યાઓનું પણ સમાધાન કાઢવામાં એમનું યોગદાન રહ્યું. આ આંતરરાષ્ટ્રીય સમસ્યાઓમાં સ્વેજ નહેર અને કાંગોનો મુદ્દો મુખ્ય છે. એમણે આપસી સંમતિ અને ક્ષેત્ર વિશેષમાં જાન-માલની સુરક્ષા માટે ભારતની સેવા આવાની રજૂઆત કરી. પશ્ચિમી બર્લિન, ઑસ્ટ્રિયા અને લાઓસના જ્વલંત મુદ્દાઓના સમાધાન માટે એમણે પરદા પાછળ રહીને કામ કર્યું.

નેહરુજી ફક્ત ભારતીયોના જ પ્રિય નેતા ન હતા, બલ્કે તેઓ એક આંતરરાષ્ટ્રીય સ્તરના નેતા હતા.

નેહરુજી અંગ્રેજી વિદ્વાન લેખક હતા. એમણે કેટલીય પુસ્તકો લખી. એમાંથી પ્રમુખ છે - **ધી ડિસ્કવરી ઑફ ઈન્ડિયા, ગ્લિમ્પસેજ ઑફ વર્લ્ડ હિસ્ટ્રી.** એમની આત્મકથા **'ટુ-ઓર્ડર્સ ફ્રીડમ'** (૧૯૩૬)ના પ્રથમ વર્ષે જ નવ સંસ્કરણ પ્રકાશિત થયા. રાષ્ટ્ર પ્રત્યે નેહરુજીની સેવાઓને ધ્યાનમાં રાખીને ઈ. ૧૯૫૫માં એમને 'ભારત રત્ન' આપવામાં આવ્યો. નેહરુને બાળકોથી અત્યંત લાગણી હતી. બાળકો એમને 'ચાચા નેહરુ' કહીને બોલાવતા હતા. આજે પણ એમના જન્મદિવસ ૧૪ નવેમ્બરને 'બાળ

દિવસ'ના રૂપમાં મનાવવામાં આવે છે. નેહરૂજી બાળકોને રાષ્ટ્રનું ભવિષ્ય માનતા હતા.

નેહરૂના પૂર્વજ

જવાહરલાલ નેહરૂ કાશ્મીરી બ્રાહ્મણ હતા. પૂર્વ કાળમાં એમના પૂર્વજ કાશ્મીરથી આવ્યા હતા. મોતીલાલ નેહરૂના પરદાદા પંડિત રાજ કૌલ, સંસ્કૃત અને પર્સિયનના મહાન વિદ્વાન હતા. તેઓ સન્ ૧૭૧૬માં કાશ્મીરથી દિલ્લી આવી ગયા હતા. ૧૮૫૭ના પ્રથમ સ્વતંત્રતા સંગ્રામ પછી વિપરીત પરિસ્થિતિઓને કારણે નેહરૂ પરિવારને દિલ્લીની હવેલી છોડવી પડી. દિલ્લીથી નેહરૂ પરિવાર આગરા આવી ગયો.

દિલ્લીમાં મોગલ શહેનશાલ ફર્રુખસિયરે એમની વિદ્વતાનું સન્માન કર્યું. એમને દરબારમાં સન્માનિત પદ તેમજ જાગીરો પણ આપી. હરિયાણામાં યુમાનથી એક નહેર કાઢવામાં આવી હતી, જે લાલ કિલ્લાના શાહી હમામ સુધી જતી હતી.

એ શાહી નહેરના કિનારે પંડિત રાજ કૌલને એક શાનદાર હવેલી નિવાસ માટે આપવામાં આવી. શાહી નહેરના કિનારે બનેલી આ હવેલીમાં રહેવાને કારણે પંડિત રાજ કૌલને પંડિત રાજ 'નેહરૂ' કહેવામાં આવવા લાગ્યા. પછીથી 'નેહરૂ' ઇતિહાસમાં એક પ્રસિદ્ધ વંશ પરંપરાનું સંબોધન બન્યા.

પિતા મોતીલાલ નેહરૂ

પંડિત મોતીલાલ નેહરૂ એક પ્રસિદ્ધ વકીલ અને રાજનીતિજ્ઞ હતા. એમનો જન્મ ૬ મે, ૧૮૬૧એ થયો હતો. મોતીલાલનું બાળપણ રાજસ્થાનના ખેતડીમાં પસાર થયું. ત્યાં એમના મોટા ભાઈ નંદલાલ દીવાન હતા. ઈ.સ. ૧૮૭૦માં નંદલાલે ખેતડી છોડી દીધું. એના પછી એમણે વકીલાતની પરીક્ષા પાસ કરી અને આગ્રામાં અભ્યાસ શરૂ કરી દીધો. ઉચ્ચ ન્યાયાલયને જ્યારે આગ્રાથી ઈલાહાબાદ સ્થાનાંતરિત કરવામાં આવ્યું, તો નંદલાલ પણ ઈલાહાબાદ આવી ગયા.

મોતીલાલ પોતાના મોટા ભાઈની વકીલાતથી ખૂબ પ્રભાવિત હતા. તેથી એમણે પણ વકીલ બનવાનો નિશ્ચય કર્યો. એમણે ઈલાહાબાદ હાઈકોર્ટની વકીલાતની પરીક્ષા પ્રથમ શ્રેણીથી પાસ કરી. આ પરીક્ષામાં એમને સુવર્ણ પદક પણ પ્રાપ્ત થયો. એના પછી મોતીલાલે પોતાના મોટા ભાઈ નંદલાલની સાથી મળીને વકીલાત શરૂ કરી દીધી. દુર્ભાગ્યવશ થોડાં જ સમય પછી નંદલાલનું મૃત્યુ થઈ ગયું. હવે પરિવારની સંપૂર્ણ જવાબદારી મોતીલાલના ખભાઓ પર આવી ગઈ. જેને એમણે સારી રીતે નિભાવી.

૧૪ નવેમ્બર, ૧૮૮૯માં મોતીલાલની પત્ની સ્વરૂપ રાણીએ એક પુત્રને જન્મ આપ્યો, જેનું નામ જવાહરલાલ રાખવામાં આવ્યું.

પછીથી એમની બે પુત્રીઓ સરૂપ (વિજયાલક્ષ્મી પંડિત) અને કૃષ્ણા (કૃષ્ણા હઠીસિંહ) થઈ. સરૂપનો જન્મ સન્ ૧૯૦૦માં થયો, જ્યારે કૃષ્ણાનો જન્મ ઈ.સ. ૧૯૦૭માં થયો. ઈ.સ. ૧૯૦૦માં મોતીલાલે ઈલાહાબાદમાં એક ઘર ખરીદ્યું. એમણે એનું પુનર્નિર્માણ કરાવ્યું અને એનું નામ 'આનંદ ભવન' રાખ્યું.

જીવન પ્રત્યે મોતીલાલનો દૃષ્ટિકોણ વ્યાવહારિક અને સાહસથી ભરેલો હતો. તેઓ એક ઘણાં સારા બેરિસ્ટર, પ્રખર વક્તા અને મહાન વ્યવસ્થાપક હતા. ગાંધીવાદી યુગમાં ભારતીય રાષ્ટ્રીયતાના પ્રમુખ વ્યક્તિઓમાં મોતીલાલનું નામ સન્માનથી લેવામાં આવે છે. ૬ ફેબ્રુઆરી, ૧૯૩૧ના રોજ મોતીલાલનું મૃત્યુ થઈ ગયું.

પરિવાર અને બાળપણ

જવાહરલાલ મોતીલાલ નેહરૂ અને સ્વરૂપ રાણીની પ્રથમ સંતાન હતા. મોતીલાલ નેહરૂ એક સફળ વ્યક્તિ હતા. એમની સમાજમાં સારી ઓળખ હતી. તેઓ એક સફળ બેરિસ્ટર હતા. જવાહરલાલ નેહરૂ એમના એકમાત્ર પુત્ર હતા. વિજયાલક્ષ્મી પંડિત અને કૃષ્ણા પંડિત એમની બે પુત્રીઓ હતી. એમના પરિવારમાં પુત્ર-પુત્રીઓની વચ્ચે કોઈ ભેદભાવ ન હતો. એ બધાને સારી શિક્ષા અને કેટલાય પ્રકારની સુવિધાઓ આપવામાં

આવી હતી. આ ત્રણેયનું બાળપણ સુખ અને સમૃદ્ધિમાં વીતતું હતું. એમના ઘરમાં સ્વીમિંગ પૂલ અને ટેનિસ કોર્ટ પણ હતા. જવાહરલાલ નેહરૂ આરામની જિંદગી જીવી રહ્યાં હતા.

ઘરમાં શિક્ષા

પોતાના બાળકોના પાલન-પોષણ દરમિયાન મોતીલાલે શિક્ષા અને બીજી સુવિધાઓ આપવામાં ક્યારેય કંજૂસી ના કરી. એમનું બાળપણ ખુશહાલ કરવા માટે તેઓ હંમેશાં તૈયાર રહેતા હતા. એમણે પોતાના બાળકો માટે અંગ્રેજી અને પશ્ચિમી શિક્ષા અપાવવામાં વધારે જોર આપ્યું. જવાહરલાલ નેહરૂને પ્રારંભિક શિક્ષા ઘરમાં એક અંગ્રેજ ગવર્નેસ દ્વારા મળી. બાળકોને હિન્દી અને સંસ્કૃતની પણ શિક્ષા આપવામાં આવતી હતી. ત્રણેય બાળકોને અંગ્રેજીમાં ધારાપ્રવાહ બોલવાનો ભરપૂર અભ્યાસ કરાવવામાં આવતો હતો. ઔપચારિક શિક્ષા સિવાય જવાહરલાલ નેહરૂને એમના બાળપણમાં અંગ્રેજી રીત-ભાત અને સંસ્કાર પણ શીખવવામાં આવ્યા. નેહરૂ પરિવારમાં કપડાં પણ અંગ્રેજી સ્ટાઈલના જ પહેરવામાં આવતા હતા. ઘર પર ઔપચારિક શિક્ષા પછી જવાહરલાલ નેહરૂ ઈલાહાબાદના એક સ્થાનીય કૉન્વેન્ટમાં પણ ભણવા માટે ગયા.

નેહરૂજીનો પરિવાર સંભ્રાંત, શિક્ષિત અને કર્મનિષ્ઠ હતો. એમના જીવન પર પોતાના પરિવારનો ઊંડો પ્રભાવ પડ્યો.

નેહરૂજીની માતાએ થોડા કઠોર હિન્દૂ રીતિ-રિવાજોથી યુવા નેહરૂને પ્રભાવિત કરવા ઇચ્છ્યા, પરંતુ એમને આમાં વધારે સફળતા ના મળી.

ફિકરમંદ પિતા મોતીલાલ

મોતીલાલ નેહરૂ પોતાના પુત્રની દરેક ક્ષણના ક્રિયા-કલાપો પર નજર રાખતા હતા. ત્યાં સુધી કે નેહરૂ જયારે વિદેશમાં હતા, ત્યારે પણ એમના પિતા એમનાથી વાતચીત કરતા રહેતા હતા. તેઓ એમનાથી એમના પ્રવાસ, અભ્યાસ તેમજ બીજી ગતિવિધિઓના સંબંધમાં પૂછપરછ કરતાં રહેતા હતા. વિદેશથી શિક્ષા પ્રાપ્ત કર્યા પછી નેહરૂજીએ પિતાની મદદથી પોતાની કારકિર્દીની શરુઆત કરી. થોડાં જ સમયમાં એમને પોતાના ધંધામાં વધારે પ્રતિષ્ઠા મળી ગઈ.

કોઈ ભેદ-ભાવ નહીં

જવાહરલાલ નેહરૂના પરિવારની વિશેષતા હતી કે ત્યાં જાતિ-વર્ગમાં કોઈ ભેદ-ભાવ ન હતો. 'આનંદ ભવન'માં દરેક વર્ગ, દરેક જાતિ અને દરેક ધર્મના લોકોનું સ્વાગત થતું હતું. આ પરિવારમાં એવા ઘણાં નોકર-ચાકર હતા, જેઓ બીજી જ્ઞાતિ અને ધર્મના હતા. 'આનંદ ભવન'નો દરવાજો બધા માટે ખુલ્લો હતો.

જવાહરલાલ નેહરૂના પરિવારની બીજી મહત્ત્વપૂર્ણ વાત એ હતી કે દરેક મામલામાં એમની બહેનોની સક્રિય ભાગીદારી હતી. ઘરની બાબત હોય કે રાજનીતિની, એમાં વિજયાલક્ષ્મી પંડિત અને કૃષ્ણા પંડિતની સક્રિય ભાગીદારી હતી. તેઓ નેહરૂનું સમર્થન કરતી હતી અને એમના જીવન પર નેહરૂજીનો ઊંડો પ્રભાવ હતો.

શિક્ષા

જવાહરલાલ નેહરૂને એક અંગ્રેજ ગવર્નેસે પ્રાથમિક શિક્ષા આપી. ખૂબ જ ઓછી ઉંમરમાં જ જવાહરલાલને અંગ્રેજીમાં બોલવાનું શીખવાડવામાં આવ્યું હતું. એણે 'બ્રિટિશ રાજ'ની પરંપરાઓનો પણ અભ્યાસ કર્યો.

જવાહરલાલનું પાલન-પોષણ એક અંગ્રેજ છોકરાની જેમ થયું હતું. જો કે વિદ્વાન બ્રાહ્મણ એમને હિન્દી અને સંસ્કૃત પણ ભણાવતા હતા, પરંતુ એમાં એમને વધારે સફળતા ના મળી.

તેથી એમને પહેલાં સેન્ટ મેરી કૉન્વેન્ટ સ્કૂલમાં મોકલવામાં આવ્યા. આ સ્કૂલનું વાતાવરણ મોતીલાલ નેહરૂને વધારે સારે ના લાગ્યું. આ જ કારણે છ મહીના પછી જ એમને સ્કૂલથી હટાવી લેવામાં આવ્યા અને ઘરમાં ભણાવવામાં આવવા લાગ્યા.

પોતાના પિતાના એક મુન્શીથી તેઓ 'અરેબિયન નાઇટ્સ'ની વાર્તાઓ સાંભળતા હતા. બીજા સ્રોતોથી એમને ઈ.સ. ૧૮૫૭ અને ૧૮૫૮ની ઘટનાઓની પણ જાણકારી મળી. પોતાની માતાથી એમણે 'રામાયણ' અને 'મહાભારત'ની વાર્તાઓ સાંભળી હતી.

રેસિડેન્ટ ટ્યૂટર

જવાહરલાલ જ્યારે ૧૧ વર્ષના હતા, ત્યારે ઘર પર એમને ભણાવવા માટે બીજા ટ્યૂટર રાખવામાં આવ્યા. એમનું નામ ફર્ડિનેણ્ડ ટી. બ્રુક્સ હતું. એમની સલાહ શ્રીમતી એની બેસન્ટે આપી હતી. બ્રુક્સ ઈ.સ. ૧૯૦૧ સુધી જવાહરલાલની શિક્ષાના પ્રભારી રહ્યાં. શિક્ષા સિવાય પણ જવાહરલાલ નેહરૂ પર બ્રુક્સનો ઊંડો પ્રભાવ પડ્યો. બ્રુક્સ સિવાય જવાહરલાલ નેહરૂ એમનાથી હિન્દી અને સંસ્કૃત પણ ભણતા હતા, પરંતુ જવાહરલાલ નેહરૂની આ બંને ભાષાઓ પર અને ના તો એના વ્યાકરણ પર કોઈ ખાસ પકડ બની. કદાચ આથી બીજા ટ્યૂટર તરફ જવાહરલાલનું કોઈ આકર્ષણ ન હતું. કવિતામાં એમની ઊંડી રુચિ હતી.

હેરો અને કેમ્બ્રિજમાં

૧૩ વર્ષની ઉંમરમાં જવાહરલાલે થિયોસોફિકસ સોસાયટીના સભ્ય બનીને એના માટે કામ કરવાનું શરૂ કર્યું. આ સમયે

નેહરૂજીના બાળ મન પર શ્રીમતી એની બેસેન્ટ અને એફ.ટી. બ્રુક્સની ઊંડી અસર પડી. જવાહરલાલે બનારસમાં થયેલા થિયોસોફિકલ અધિવેશનમાં ભાગ લીધો.

મોતીલાલ નેહરૂ પોતાના બાળકોને સારી અંગ્રેજી શિક્ષા આપવા ઇચ્છતા હતા. એમની ઇચ્છા હતી કે એમનો પુત્ર 'ભારતીય સિવિલ સેવા'ની પરીક્ષામાં ઉત્તીર્ણ થઈને એક ઉચ્ચાધિકારીના રૂપમાં કામ કરે. આ જ કારણે એમણે જવાહરલાલને 'હેરો'માં ભણવા માટે મોકલ્યા. આ ઇંગ્લેન્ડની ઉચ્ચવર્ગીય સ્કૂલ હતી. જવાહરલાલ નેહરૂએ છ વર્ષ સુધી હેરો અને કેમ્બ્રિજમાં શિક્ષા ગ્રહણ કરી.

યુવા જવાહરલાલનું મન 'હેરો'માં લાગતું ન હતું. એમને આ સ્કૂલનો પાઠ્યક્રમ મુશ્કેલ અને રહેણાંક સ્થિતિ અસહનીય લાગતી હતી.

સ્કૂલના નિયમ અનુસાર, બધા વિદ્યાર્થીઓને રોજ ઠંડા પાણીથી નહાવું-ધોવું પડતું હતું. સ્કૂલી શિક્ષા પૂરી કર્યા પછી ઈ.સ. ૧૯૦૭માં નેહરૂએ કેમ્બ્રિજ વિશ્વવિદ્યાલયની પ્રવેશ પરીક્ષા પાસ કરી અને એ વિશ્વવિદ્યાલયમાં પ્રવેશ કર્યો.

એ દરમિયાન યૂરોપનું રાજનીતિક વાતાવરણ સમાજવાદી અને ઉદારવાદી હતું. જવાહરલાલ નેહરૂ સમાજવાદી અને ઉદારવાદી રાજનીતિથી ખૂબ પ્રભાવિત થયા.

જવાહરલાલ નેહરૂની પ્રાથમિક શિક્ષાનો એમના પછીના જીવન પર ઊંડો પ્રભાવ પડ્યો.

લગ્ન

જવાહરલાલ નેહરૂના લગ્ન ઈ.સ. ૧૯૧૬માં કમલાજીની સાથે થયા. કમલા નેહરૂ દૃઢ ઇચ્છાશક્તિવાળી એક બહાદુર મહિલા હતી. એમણે સ્વતંત્રતાના સંઘર્ષમાં જવાહરલાલ નેહરૂની સાથે ખભાથી ખભો મિલાવીને કામ કર્યું.

જવાહરલાલ નેહરૂનું વૈવાહિક જીવન ખૂબ સુખદ ના રહ્યું. તેઓ જ્યારે હેરોમાં અભ્યાસ કરી રહ્યાં હતા, ત્યારે એમના માતા-પિતાએ એમના માટે એક યોગ્ય છોકરીની શોધ કરવાનો નિર્ણય કર્યો. એમણે પોતાની શોધ શરૂ કરી અને એમને દિલ્લી નિવાસી સારા શીલ-સ્વભાવની છોકરી કમલા પસંદ આવી ગઈ. તેઓ એક મધ્યમવર્ગીય કાશ્મીરી બ્રાહ્મણ પરિવારથી હતી. એ સમયે એમની ઉંમર ૧૩ વર્ષની હતી. તેઓ એક સુરક્ષિત અને શાલીન છોકરી હતી. એમને હિન્દી અને ઉર્દૂનું સારું જ્ઞાન હતું, જો કે એમનો અભ્યાસ ઘરમાં જ થયો હતો. કમલાજી જ્યારે સત્તર વર્ષની થઈ ગઈ તો ફેબ્રુઆરી , ૧૯૧૬માં જવાહરલાલ નેહરૂથી એમના લગ્ન થયા.

ઈ.સ. ૧૯૧૭માં જવાહરલાલ નેહરૂ અને કમલા નેહરૂને ત્યાં એક પુત્રીનો જન્મ થયો. એનું નામ એમણે ઇંદિરા પ્રિયદર્શિની રાખ્યું.

થોડાં વર્ષો પછી કમલા નેહરૂને ટી.બી.ની બીમારી થઈ ગઈ. એમની સારવાર દેશ અને વિદેશની કેટલીય હૉસ્પિટલમાં કરાવવામાં આવી, પરંતુ કોઈ વિશેષ લાભ ન થયો. તેથી ઈ.સ. ૧૯૩૬માં એમનું મૃત્યુ થઈ ગયું.

ભારત પાછા ફરવું

જવાહલાલ નેહરૂ વિદ્યાધ્યયન પછી ઇંગ્લેન્ડથી જ્યારે સ્વદેશ પાછા ફર્યા તો એમને ભારતનું રાજનીતિક વાતાવરણ નિષ્ક્રિય માલૂમ પડ્યું. ઈ.સ. ૧૯૧૨માં બાંકીપુરના કૉંગ્રેસ અધિવેશનમાં જવાહરલાલ નેહરૂ એક ડેલીગેટ તરીકે હાજર હતા. એ અધિવેશનમાં એમણે અનુભવ્યું કે આ ફક્ત એક ઉચ્ચવર્ગીય ક્રિયા-કલાપ હતો. આ રાજનીતિક બેઠક ઓછી અને સામાજિક જમાવડો વધારે માલૂમ પડી રહ્યો હતો. જન-સામાન્યથી એને કોઈ લેવા-દેવા ન હતું. એનાથી જવાહરલાલને ખૂબ નિરાશા થઈ.

જવાહરલાલ નેહરૂને પ્રારંભિક સમયમાં લોકોની સામે બોલવામાં અચકાટ થતો હતો. પ્રથમ વખત ઈ.સ. ૧૯૧૫માં ઇલાહાબાદમાં પ્રેસ એક્ટનો વિરોધ કરવા માટે એમણે પબ્લિકની

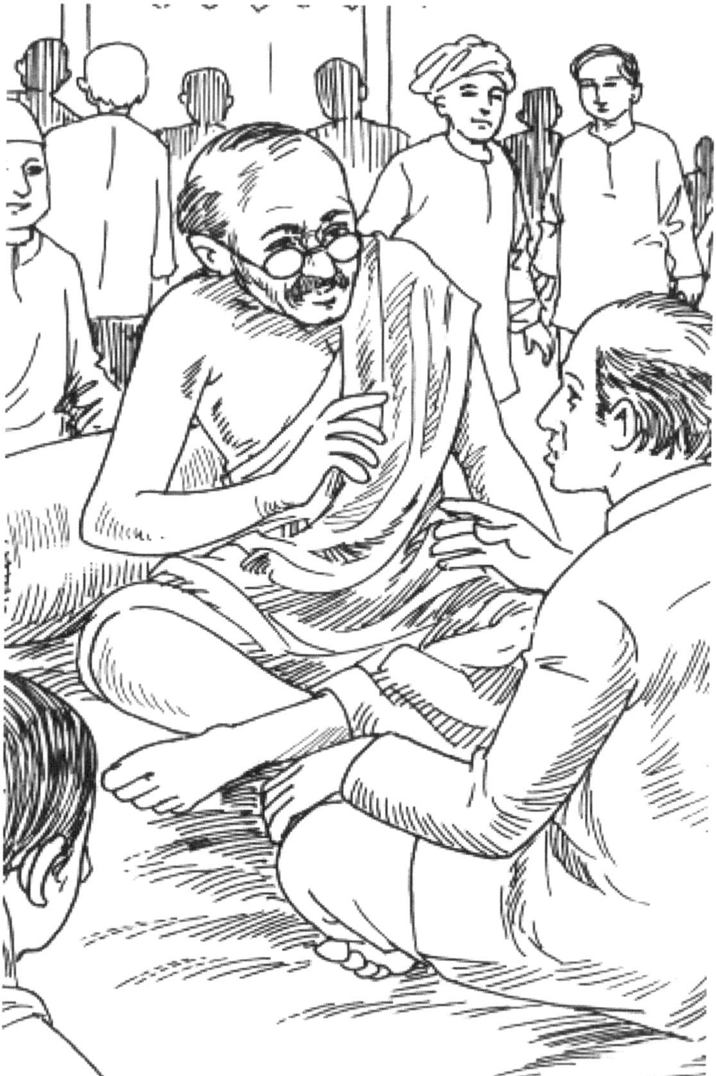

વચ્ચે ભાષણ આપ્યું. આ ભાષણ સંક્ષિપ્ત હતું અને અંગ્રેજીમાં હતું.

૧૯૬૧ના લખનૌના કૉંગ્રેસ અધિવેશનમાં પ્રથમ વખત જવાહરલાલ નેહરુની મુલાકાત મહાત્મા ગાંધીથી થઈ. નેહરુજી મહાત્મા ગાંધી દ્વારા શરૂ કરવામાં આવેલા સત્યાગ્રહ આંદોલનના એક આધિકારિક કાર્યકર્તા હતા.

પ્રથમ જેલ પ્રવાસ

ઈ.સ. ૧૯૨૧માં પ્રિંસ ઑફ વેલ્સનો ભારત-પ્રવાસ થયો. આ કૉંગ્રેસ માટે ખુદને અહિંસાવાદી સંગઠન તરીકે પ્રદર્શિત કરવાની સોનેરી તક હતી. કૉંગ્રેસ બતાવવા ઇચ્છતી હતી કે તે દેશવ્યાપી હડતાળને સુનિયોજિત રીતથી સંચાલિત કરી શકે છે, જ્યારે પ્રિંસ ઑફ વેલ્સની સામે અંગ્રેજી સરકાર ચાક-ચૌબંદ નજર આવવા ઇચ્છતી હતી. આ જ કારણે પ્રશાસનમાં હડકંપ મચ્યો હતો અને કૉંગ્રેસના કાર્યકર્તાઓની ધરપકડ કરવામાં આવી રહી હતી. આ સમય સુધી સંપૂર્ણ રાષ્ટ્રમાં સત્યાગ્રહ આગની જેમ ફેલાઈ ચુક્યો હતો.

યુવા જવાહરલાલ નેહરુ આ સમય સુધી કૉંગ્રેસ કાર્યકર્તાના રૂપમાં વધારે લોકપ્રિય અને સક્રિય થઈ ચુક્યા હતા. તેઓ 'ઉત્તર પ્રદેશ વૉલેન્ટિયર બોર્ડ'ના સંયોજક અને સચિવ હતા. ઉત્તર

પ્રદેશના સ્વયંસેવીને ગેરકાનૂની ઘોષિત કરી દેવામાં આવ્યા હતા. આ કાર્યવાહીથી જોડાયેલા હોવાને કારણે જવાહરલાલ નેહરુ અને એમના પિતા મોતીલાલની ધરપકડ કરી લેવામાં આવી. જવાહરલાલ નેહરુને છ મહીનાની સાધારણ જેલ અને સો રૂપિયાનો દંડ આપવામાં આવ્યો. જેલમાં બીજા એક મહીનાની સજા સંભળાવવામાં આવી. આ રીતે તેઓ પ્રથમ વખત જેલ ગયા.

જેલથી છૂટ્યાં પછી જવાહલાલ નેહરુ સ્વતંત્રતા આંદોલન માટે પૂરી રીતે સમર્પિત થઈ ગયા. એમના જેલ પ્રવાસે એમને લોકોની વચ્ચે પહેલેથી જ ક્યાંય વધારે લોકપ્રિય બનાવી દીધા. હવે બ્રિટિશ સરકાર એમના પર દરેક સમયે નજર રાખવા લાગી.

સ્વતંત્રતા આંદોલનમાં ભૂમિકા

ભારતના સ્વતંત્રતા સંગ્રામના ઇતિહાસમાં જવાહરલાલ નેહરુનું વિશેષ સ્થાન છે. ભારતના સ્વતંત્રતા આંદોલનમાં એમણે મહત્ત્વનું યોગદાન આપ્યું. ૧૯૧૬માં કૉંગ્રેસના લખનૌ અધિવેશનમાં નેહરુની સક્રિય ભાગીદારી રહી. એમાં કૉંગ્રેસના 'અતિવાદી' અને 'નરમ' બંને જ દળોએ 'સ્વરાજ'ની જરૂરિયાત અને માંગ પર પોતાની સંમતિ દર્શાવી.

ઈ.સ. ૧૯૨૬માં નેહરૂ પોતાના પરિવારની સાથે યૂરોપ ફરવા ગયા. ત્યાં એમની મુલાકાત અલગ-અલગ વિચારધારાના લોકો સાથે થઈ. એમનામાંથી કેટલાક લોકો સમાજવાદી તો કેટલાક કમ્યુનિસ્ટ અને કેટલાક ક્રાંતિકારી હતા. ત્યાંની આર્થિક વ્યવસ્થામાં નેહરૂજી વધારે પ્રભાવિત થયા. તેઓ પોતાના દેશમાં પણ આ પ્રકારની અર્થવ્યવસ્થા સ્થાપિત કરવાની ઇચ્છા રાખતા હતા. ત્યાંથી પાછા ફર્યા પછી ૧૯૨૯માં નેહરૂજી કૉંગ્રેસના અધ્યક્ષ (પ્રેસીડેન્ટ) પસંદ કરવામાં આવ્યા.

રાજનીતિ જવાહરલાલ નેહરૂનો જન્મજાત ગુણ હતી. એમના પિતા પ્રસિદ્ધ કૉંગ્રેસી હતા. મોતીલાલ લાંબા સમય સુધી ભારતની સ્વતંત્રતા માટે સમર્પિત રહ્યાં. ઇંગ્લેન્ડથી પાછા ફર્યા પછી જવાહરલાલ નેહરૂ સીધા જ દેશની રાજનીતિ સાથે જોડાઈ ગયા.

મોતીલાલ અને એમનો પૂરો પરિવાર ગાંધીવાદી હતો. જવાહરલાલ નેહરૂએ સંપૂર્ણ ભારતનું ભ્રમણ કર્યું. દેશના દરેક ખૂણામાં એમનું ઉત્સાહપૂર્વક સ્વાગત થયું. એનાથી એમનામાં નવો આત્મવિશ્વાસ જાગ્યો. એના પછી એમણે ભારતની સ્વતંત્રતા માટે ખુદને પૂર્ણ રૂપથી સમર્પિત કરવાનો નિર્ણય કર્યો.

નેહરૂ અને અસહયોગ આંદોલન

ઈ.સ. ૧૯૨૦માં અસહયોગ આંદોલન શરૂ થયું. આ સત્યાગ્રહ પર આધારિત હતું. નેહરૂજીએ આ આંદોલનમાં સક્રિય રૂપથી ભાગ લીધો. આ રીતથી આ સ્વતંત્રતા સંગ્રામથી એમના જોડાવાની સૌથી મોટી ઘટના બની. બિનસરકારી કાર્યવાહીઓના આરોપમાં નેહરૂજીની ધરપકડ કરી લેવામાં આવી. થોડા મહીના પછી એમને જેલમાંથી છોડી મૂકવામાં આવ્યા.

જેલથી છૂટ્યાં પછી નેહરૂજીની એક ઊર્જાવાન કૉંગ્રેસી નેતાની છબી સારી રીતે સ્થાપિત થઈ ગઈ.

નેહરૂ અને સવિનય અવજ્ઞા આંદોલન

ઈ.સ. ૧૯૨૯ના કૉંગ્રેસના લાહોર અધિવેશનનું ભારતના સ્વતંત્રતા સંગ્રામના ઈતિહાસમાં અને નેહરૂજીની રાજનીતિક કારકિર્દીમાં અત્યંત મહત્ત્વપૂર્ણ સ્થાન છે. આ અધિવેશનમાં ચાલીસ વર્ષની ઓછી ઉંમરમાં જ નેહરૂજીને કૉંગ્રેસના અધ્યક્ષ પસંદ કરવામાં આવ્યા. એમણે લાહોર અધિવેશનનું પ્લેટફૉર્મ મેળવીને 'પૂર્ણ સ્વરાજ'નું લક્ષ્ય ઘોષિત કર્યું. ઈ.સ. ૧૯૩૦માં ફરીથી એમની ધરપકડ કરી લેવામાં આવી. આ એમના જેલ પ્રવાસનો સૌથી લાંબો સમય રહ્યો.

સાઈમન કમીશન

ભારત આગળના સંવૈધાનિક સુધારાઓ માટે તૈયાર છે કે નહીં, એની તપાસ કરવા માટે સાઈમન કમીશનની નિયુક્તિ કરવામાં આવી. આ કમીશન પૂરી રીતથી બ્રિટિશ હતું. આથી એની નિયુક્તિ પર આપત્તિઓ દર્શાવવામાં આવી રહી હતી. આ કમીશનના અધ્યક્ષ સર જૉન સાઈમન હતા. એમને બીજા સભ્યોની સાથે ભારતના પ્રવાસ પર વધારે ખરાબ સમયનો સામનો કરવો પડ્યો. એ દિવસે સંપૂર્ણ ભારતમાં હડતાળ હતી. લોકો કાળો ઝંડો લઈને ગલીઓમાં નિકળી આવ્યા હતા અને તેઓ 'સાઈમન કમીશન પાછા જાઓ'ના નારા લગાવી રહ્યાં હતા.

જ્યારે સાઈમન કમીશન લખનૌ આવ્યું તો જવાહરલાલ નેહરૂ એમનો બહિષ્કાર કરવાની તૈયારી કરી રહ્યાં હતા. બહિષ્કાર કમિટીએ પ્રશાસનથી જુલૂસ કાઢવા માટે પરવાનગી માંગી. એમને પરવાનગી આપવામાં આવી, પરંતુ એ શરતની સાથે કે તેઓ પોતાનો રસ્તો બદલી લેશે. જુલૂસના વ્યવસ્થાપકોએ કહ્યું કે આટલા ઓછા સમયમાં જુલૂસનો રસ્તો બદલી નથી શકાતો. એના પછી જેવું જ જુલૂસે આગળ વધવાનું શરૂ કર્યું, ત્યાં તૈનાત પોલિસકર્મીઓએ એમના પર લાઠીચાર્જ કરી દીધો. પોલિસનું માનવાનું હતું કે આ બધું જવાહરલાલના નેતૃત્વમાં થઈ રહ્યું હતું. જવાહરલાલે જ્યારે જુલૂસે

SIMON COMMISSIO
GO BACK
GO BACK

આગળ વધવાનો પ્રયત્ન કર્યો, તો પોલિસે જુલૂસ પર લાઠી વરસાવીને સમૂહને વેર-વિખેર કરવાનો પ્રયત્ન કર્યો. જવાહરલાલને ખૂબ ઠેસો વાગી. આટલું થવા છતાં પણ જુલૂસ ત્યાંથી હટવા ઇચ્છતું ન હતું. એટલામાં જ ગોવિન્દ વલ્લભ પંતના નેતૃત્વવાળો બીજો સમૂહ પણ ત્યાં પહોંચી ગયો. એનાથી ત્યાં ભારે ભીડ જમા થઈ ગઈ. આ રીતે પોલિસ અધિકારીઓને મજબૂર થઈને જવાહરલાલ નેહરૂ અને એમના સાથીઓને પસંદ કરવામાં આવેલા રસ્તાથી સાઇમન કમીશનની સાતે વાર્તાલાપની અનુમતિ આપવી પડી.

જવાહરલાલ નેહરૂ પર થયેલા લાઠીચાર્જની ખબરથી સંપૂર્ણ દેશમાં ક્રોધની લહેર દોડી ગઈ. તેઓ પોલિસકર્મી જેઓએ જવાહરલાલ પર લાકડીઓ વરસાવી હતી, એમને જાણ ન હતી કે તેઓ જેને પીટી રહ્યાં છે, તે વિશ્વ-ઇતિહાસમાં એક શાંતિદૂતની જેમ યાદ કરવામાં આવશે.

નેહરૂ અને કિસાન આંદોલન

ઈ.સ. ૧૯૩૦માં મીઠાનો સત્યાગ્રહ શરૂ થયા પછી ઉત્તર પ્રદેશમાં પંડિત જવાહરલાલ નેહરૂએ સંગઠિત રૂપથી કિસાન આંદોલન શરૂ કર્યું. આ કિસાન આંદોલનથી સવિનય અવજ્ઞા આંદોલનને વધારે બળ મળ્યું. કિસાનોને જાગૃત કરવામાં આ આંદોલનને સારી સફળતા મળી. જમીનદાર, તાલુકેદાર, પોલિસ

અને પ્રશાસનિક અધિકારીઓ પ્રત્યે કિસાનોના ભયને આ આંદોલને ઘણી હદ સુધી દૂર કરી દીધો. એક વખત જ્યારે કિસાન ભયમુક્ત થઈ ગયા તો જમીનદારો અને બીજાઓ દ્વારા કરવામાં આવવાવાળા અન્યાય અને ક્રૂરતામાં પણ કમી આવી. જમીનદારી પ્રથાના ઉન્મૂલનનો પાયો આ આંદોલનમાં થયો.

નેહરૂ અને સ્વતંત્રતા સંગ્રામના અંતિમ દિવસ

૧૯૩૫ના 'ધી ગવર્નમેન્ટ ઑફ ઇન્ડિયા એક્ટ' અંતર્ગત રાષ્ટ્રવ્યાપી ચૂંટણીઓની ઘોષણા કરવામાં આવી. જો કે સીધા પ્રકારથી નેહરૂજી આ ચૂંટણી લડી રહ્યાં ન હતા, પરંતુ એમણે આમાં ધુંઆધાર પ્રચાર કર્યો. મહાત્મા ગાંધી ધીમે-ધીમે સીધા પ્રકાર પર રાજનીતિક ગતિવિધિઓથી ખુદને અલગ કરી રહ્યાં હતા. એમનું ધ્યાન પોતાના અનુયાયીઓના આધ્યાત્મિક વિકાસ પર કેન્દ્રિત હતું. કૉંગ્રેસની અંદર નેહરૂનું કદ પહેલાંથી ક્યાંય વધારે મોટું થઈ ગયું હતું. તેઓ સતત ૧૯૩૬ અને ૧૯૩૭માં કૉંગ્રેસના અધ્યક્ષ બન્યા.

બીજું ગોલમેજ સંમેલન નિષ્ફળ થઈ ગયું હતું. ગાંધીજીએ ઈ.સ. ૧૯૪૨માં 'ભારત છોડો આંદોલન' શરૂ કરી દીધું. આ આંદોલનમાં સક્રિય રૂપથી ભાગ લેવાને કારણે નેહરૂજી અને અન્ય પ્રમુખ કૉંગ્રેસી નેતાઓની ધરપકડ કરી લેવામાં આવી.

નેહરૂજી ઈ.સ. ૧૯૪૫માં છૂટા થયા. આ સમય સુધી બીજું વિશ્વયુદ્ધ સમાપ્ત થઈ ગયું હતું. બ્રિટનમાં નવી લેબર સરકારે સત્તા સંભાળી હતી. બ્રિટનની નવી લેબર સરકાર ભારતને એની ચિરપ્રતીક્ષિત 'સ્વતંત્રતા' આપવા માટે સંમત હતી. જો કે તે ૧૯૪૫ની સામાન્ય ચૂંટણીઓના પરિણામો આવવા સુધી રોકાવા અને જોવાની નીતિ અપનાવવા ઇચ્છતી હતી.

એક વખત ફરી નેહરૂ ગતિવિધિઓના કેન્દ્રમાં હતા. એમની ધરપકડ કરી લેવામાં આવી. જિન્નાએ અનુપાત અનુસાર સામ્પ્રદાયિક ચૂંટણી ક્ષેત્ર પ્રસ્તુત કર્યું. નેહરૂજીએ જિન્નાનું માળખું માનવાથી ઈનકાર કરી દીધો, આથી 'ભાગલા' થવા નક્કી હતા. ભારતની સ્વતંત્રતા માટે નેહરૂનો સંઘર્ષ સફળતાની કગાર પર ઊભો હતો, પરંતુ તેઓ જાણતા હતા કે એમનું કામ હજુ પૂરું નથી થયું.

નેહરૂ અને કૉંગ્રેસ

જવાહરલાલ નેહરૂ અને ભારતીય રાષ્ટ્રીય કૉંગ્રેસનો ઊંડો સંબંધ છે. આ સંબંધ ચાર દશકના લાંબા સમય સુધી ચાલ્યો. આધિકારિક રૂપથી કૉંગ્રેસ સાથે નેહરૂનો સંબંધ ૧૯૧૯માં જોડાયો. આ એ સમય હતો જ્યારે એમની પુત્રી બે વર્ષની હતી અને ઇંગ્લેન્ડથી એમને પાછા ફરે ચાર વર્ષ વીતી ચુક્યા હતા.

કૉંગ્રેસ સેવાકર્મી

ઇંગ્લેન્ડથી પાછા ફર્યા છી જ જવાહરલાલ નેહરુએ કૉંગ્રેસ સેવાકર્મી તરીકે પોતાની રાજનીતિક કારકિર્દીની શરુઆત કરી. નેહરુ ગાંધીવાદી જીવન-દર્શનથી અત્યંત પ્રભાવિત હતા. ગાંધીજીથી એમને એ દિશા મળી જેની શોધ તેઓ લાંબા સમયથી કરી રહ્યાં હતા. નેહરુનો પૂરો પરિવાર ગાંધીવાદી વિચારધારાથી પ્રભાવિત હતો, પરંતુ બીજાઓની તુલનામાં નેહરુજીએ એમના જીવન-દર્શનને વધારે નજીકથી અપનાવ્યું.

નેહરુજીએ સંપૂર્ણ દેશનો પ્રવાસ કર્યો. એમણે દરેક ખૂણામાં ગાંધીવાદી વિચારધારાનો પ્રચાર કર્યો અને રાષ્ટ્રવાદી આંદોલનમાં ભાગ લીધો. સામાન્ય જનતાની વચ્ચે નેહરુજી ખૂબ જ લોકપ્રિય થઈ ગયા. દરેક જગ્યાએ ઉત્સાહપૂર્વકથી એમનું સ્વાગત થયું, એનાથી એમનામાં પોતાની યોગ્યતા પ્રત્યે નવો આત્મવિશ્વાસ જાગ્યો.

કૉંગ્રેસના અધ્યક્ષના રૂપમાં નેહરુ

અસહયોગ આંદોલન પછી ભારતીય રાષ્ટ્રીય કૉંગ્રેસની અંદર નેહરુનું આગમન ઉલ્લેખનીય ઘટના છે. ઈ.સ. ૧૯૨૯માં સંપન્ન થયેલા કૉંગ્રેસના લાહોર અધિવેશનમાં મહાત્મા ગાંધીએ કૉંગ્રેસ અધ્યક્ષના પદ પર નેહરુની પસંદગીને એક સારું પગલું બતાવ્યું.

નેહરૂ અને સ્વતંત્રતાથી પહેલાંની કૉંગ્રેસ

વર્ષ ૧૯૩૦નો મોટાભાગનો સમય નેહરૂએ જેલમાં વિતાવ્યો. ત્યાં તેઓ સ્વતંત્રતા સંગ્રામ અને ભારતીય રાષ્ટ્રીય કૉંગ્રેસ બંનેથી જ દૂર હતા. જો કે આંદોલનની દશા અને દિશા પર એમની ચાંપતી નજર બની રહી હતી. અહીં કૉંગ્રેસની અંદર અંતર્વિરોધના સ્વર ફૂટવા લાગ્યા હતા. તે કેટલાય એવા ટુકડાઓમાં વહેંચાઈ ગઈ કે જેની વિચારધારા બિલ્કુલ અલગ હતી. નેહરૂ જ્યારે જેલથી પાછા ફર્યા તો એમણે પોતાની સંગઠન ક્ષમતાનો ઉપયોગ કર્યો. સૌથી પહેલાં એમણે પરસ્ર વિરોધી ટુકડાઓને એક મંચ પર લાવીને ઊભા કરી દીધા.

સ્વતંત્રતા અને કૉંગ્રેસ

બ્રિટનની નવી સરકાર ભારતને સત્તા સોંપવા ઇચ્છતી હતી. બ્રિટિશ સરકાર અને કૉંગ્રેસ અધ્યક્ષ જવાહરલાલ નેહરૂની વચ્ચે સતત વાતચીત ચાલી રહી હતી. એ સમયે ભારતમાં કૉંગ્રેસ એકમાત્ર સૌથી મોટી લોકપ્રિય પાર્ટી બનીને ઉભરી હતી.

ઈ.સ. ૧૯૪૭માં ભારતને સ્વતંત્રતા મળી ગઈ. જો કે સ્વતંત્રતાની શરતો આશાને અનુરૂપ ન હતી. ભારતીય રાષ્ટ્રીય કૉંગ્રેસના અધ્યક્ષ તરીકે આ નેહરૂજીના માટે કડવું-મીઠું સત્ય હતું. કેમ કે નેહરૂ એ સમયે ભારતીય રાષ્ટ્રીય કૉંગ્રેસના અધ્યક્ષ

હતા, આથી ભારતના પ્રધાનમંત્રી પદ માટે તેઓ આપમેળે વિકલ્પ બની ગયા. ૧૫ ઓગસ્ટ, ૧૯૪૭એ નેહરુજીએ લાલ કિલ્લાથી પોતાનું પ્રસિદ્ધ ભાષણ 'ટ્રાઈસ્ટ વિથ ડેસ્ટિની' આપ્યું. જો કે એમની સમસ્યાઓનો હજુ અંત થયો ન હતો. સ્વતંત્રતા પ્રાપ્તિના થોડા જ સમય પછી મહાત્મા ગાંધીજીની હત્યા કરી દેવામાં આવી. એના ફછી ૧૯૫૦માં સરદાર પટેલનું પણ મૃત્યુ થઈ ગયું. નેહરુજીની ઉપર એક નવજાત રાષ્ટ્રને એની બેહાલ આર્થિક સ્થિતિ છતાં યોગ્ય રૂપથી ચલાવવાની જવાબદારી આવી ગઈ હતી. એના પછી ભારતીય રાષ્ટ્રીય કૉંગ્રેસની અંદર નેહરુજીના કાર્યોનો બીજો તબક્કો શરૂ થયો. જેને સ્વતંત્રતા પછીનો સમય પણ કહી શકાય છે.

કૉંગ્રેસ અને સ્વતંત્રતા પ્રાપ્તિ પછીનો સમય

બ્રિટિશ શાસનથી ભારતને સ્વતંત્ર કરાવવો ભારતીય રાષ્ટ્રીય કૉંગ્રેસનો પ્રાથમિક ઉદ્દેશ્ય હતો. તે એના પ્રત્યે પૂર્ણ રૂપથી સમર્પિત હતી. નેહરુજી એનાથી આગળનું વિચારી રાખતા હતા. એમણે અનુભવ્યું કે રાષ્ટ્રની કેટલીય મોટી સમસ્યાઓના સમાધાન માટે કૉંગ્રેસની જબરદસ્ત લોકપ્રિયતાનો ઉપયોગ કરી શકાય છે.

નેહરુજી આજીવન કૉંગ્રેસ પાર્ટી પ્રત્યે સમર્પિત રહ્યાં. એમની

ગણતરી મહાન કૉંગ્રેસીઓમાં કરવામાં આવે છે. જો કે નેહરૂની મહાનતા એમાં સમાયેલી છે કે તેઓ સમર્પિત કૉંગ્રેસની છબીથી પણ ઉર એક મહત્ત્વપૂર્ણ આંતરરાષ્ટ્રીય રાજનીતિજ્ઞ હતા.

નેહરૂ અને ગાંધીજી

મહાત્મા ગાંધી અને જવાહરલાલ નેહરૂ બંને જ ભારતના સ્વતંત્રતા સંગ્રામના મહાનાયક હતા. એમની પ્રથમ મુલાકાત ઈ.સ. ૧૯૧૬માં લખનૌમાં આયોજિત ભારતીય રાષ્ટ્રીય કૉંગ્રેસની વાર્ષિક બેઠકમાં થઈ. પ્રથમ મુલાકાતમાં જ નહેરૂ ગાંધીજીથી અત્યંત પ્રભાવિત થયા. સમયમની સાથે-સાથે નેહરૂ અને ગાંધીજીનો સંબંધ વધારે પરિપક્વ થતો ગયો.

નેહરૂજી મહાત્મા ગાંધીને એવા મહાન નેતાના રૂમપાં જોતા હતા, જેમાં સંપૂર્ણ રાષ્ટ્રને ચલાવવાની ક્ષમતા હતી. કોઈ પણ ક્ષેત્રમાં કામ કરવાની ગાંધીજીની યોજનાથી નેહરૂ ઘણી હદ સુધી પ્રભાવિત હતા. રોલેટ એક્ટના વિરોધમાં ગાંધીજી દ્વારા શરૂ કરવામાં આવેલા સત્યાગ્રહ આંદોલનનો નેહરૂ પર ઊંડો પ્રભાવ પડ્યો. તેઓ એનાથી એટલા પ્રભાવિત થયા કે એમણે પૂરા ઉત્સાહથી આંદોલનમાં સામેલ થવાની ઇચ્છા જાહેર કરી.

ઈ.સ. ૧૯૨૧માં પ્રથમ વખત નેહરૂજીની ધરપકડ કરી જેલમાં મોકલવામાં આવ્યા. એના પછી તેઓ ઘણી વખત જેલ ગયા. ભારતની સ્વતંત્રતા માટે સમર્પિત નેહરૂએ સ્વતંત્રતા સંગ્રામ દરમિયાન પોતાના જીવનના નવ વર્ષ જેલમાં પસાર કર્યા. ઈ.સ. ૧૯૨૩માં જવાહરલાલ નેહરૂને બે વર્ષ માટે કૉંગ્રેસના મહાસચિવ નિયુક્ત કરવામાં આવ્યા. ઈ.સ. ૧૯૨૭માં એક વખત ફરીથી મહાસચિવનું પદ બે વર્ષ માટે એમને મળી ગયું. ગાંધીજીની દેખ-રેખ અને નેતૃત્વમાં નેહરૂ એક પ્રવીણ નેતાના રૂપમાં ઉભરી રહ્યાં હતા.

ઈ.સ. ૧૯૨૯માં ગાંધીજીના સહયોગથી નેહરૂ ભારતીય રાષ્ટ્રીય કૉંગ્રેસના અધ્યક્ષ બનાવવામાં આવ્યા. એના પછી નેહરૂ બીજા છ વખત ભારતીય રાષ્ટ્રીય કૉંગ્રેસના અધ્યક્ષ બન્યાં.

ઈ.સ. ૧૯૪૬માં જવાહરલાલ નેહરૂ અંતરિમ સરકારનો વિચાર લઈને બ્રિટિશ સરકારથી મળવા ગયા. સ્વતંત્રતાથી ઠીક પહેલાં દેશ સંક્રમણના સમયથી પસાર થઈ રહ્યો હતો. અંતરિમ સરકારની યોજના એ દરમિયાન સરકારી માળખાંને વ્યવસ્થિત કરવા માટે હતી.

સક્રિય રાજનીતિથી ગાંધીજીના અવકાશ ગ્રહણ કર્યા પછી નેહરૂજી પાર્ટીના સર્વેસર્વા બની ગયા હતા. પાર્ટીમાં અંદર થવાવાળી આ પ્રકારની કાર્યવાહીનો પૂરો પ્રભાર એમણે લઈ લીધો હતો.

નેહરૂજી મહાત્મા ગાંધીનો ખૂબ જ આદર કરતા હતા. ગાંધીજીએ એમના વ્યક્તિગત, સામાજિક અને રાજનીતિક જીવનને ઘણી હદ સુધી પ્રભાવિત કર્યા હતા. એમના મૃત્યુ પર નેહરૂજીએ રાષ્ટ્રને સંબોધિત કરીને પોતાનું દુ:ખ પ્રગટ કર્યું હતું. એમણે અનુભવ કર્યો કે ભારતે પોતાનો સૌથી મહાન નેતા ગુમાવી દીધો છે. નેહરૂ અને ગાંધીના સંબંધમાં સારા અને ખરાબ બંને જ સમય હતા. એના ઉરાંત એ બંનેની આત્મીયતા બીજા નેતાઓમાં ઈર્ષ્યાનો ભાવ પેદા કરતી હતી.

પ્રકાશ ઓલવાઈ ગયો

૩૦ જાન્યુઆરી, ૧૯૪૮એ મહાત્મા ગાંધીની હત્યા કરી દેવામાં આવી. આ ખબર જેવી જ જવાહરલાલ નેહરૂ સુધી પહોંચી, તેઓ તરત જ બિરલા હાઉસ પહોંચ્યા. એમણે પોતાનું માથું નમાવી લીધું અને બાળકની જેમ રોવા લાગ્યા, પરંતુ જલ્દી જ એમણે પોતાની ભાવનાઓ પર કાબૂ મેળવી લીધો. ઉદાસીની એ ક્ષણોમાં એમણે રાષ્ટ્રને સંબોધિત કર્યો -

''મારા વ્હાલા દેશવાસીઓ! આપણાં બધાની જિન્દગીથી પ્રકાશ ઓલવાઈ ગયો છે અને દરેક બાજુ અંધારું છે... પ્રકાશ ઓલવાઈ ગયો છે, મેં કહ્યું, છતાં પણ હું ખોટો હતો. કેમ કે આ દેશને જે રોશની બતાવવામાં આવી, તે સાધારણ રોશની ન હતી. આ રોશની તાત્કાલિક ન હતી, આ ક્યારેય ના સમાપ્ત થવાવાળા

સત્યને વ્યક્ત કરતી હતી. એમણે આપણને સાચ્ચા રસ્તા પર ચાલતા શીખવાડ્યું, ભૂલોથી બહાર કાઢ્યા અને આ પ્રાચીન રાષ્ટ્રને સ્વતંત્રતા આવી. આ મોટી દુર્ઘટના એક સંકેત છે, જે આપણને જીવનની મોટી વસ્તુઓને યાદ કરવા માટે કહી રહી છે. આપણે નાની-નાની વસ્તુઓને ભૂલવી પડશે. આપણે પહેલેથી જ એના પર સમજી-વિચારીને પોતાનો સમય બરબાદ કરી ચુક્યા છીએ. પોતાની મૃત્યુમાં એમણે આપણને જીવનની મોટી વસ્તુઓ, ક્યારેય સમાપ્ત ન થવાવાળા સત્યને યાદ કરાવ્યું છે અને જો આપણે એ યાદ કરી શકીએ તો આ ભારતવર્ષ માટે સારું રહેશે.''

પ્રથમ સ્વતંત્રતા દિવસ પર નેહરૂજીનો સંદેશ

સ્વતંત્ર ભારતના પ્રથમ પ્રધાનમંત્રી પંડિત જવાહરલાલ નેહરૂ ખૂબ જ સારા વક્તા હતા. એમના ભાષણમાં લોકોને પ્રભાવિત કરવાની ક્ષમતા હતી. તેઓ ખૂબ જ વિદ્વાન હતા. જનતાની નસ ઓળખવી એમને આવડતી હતી. સ્વતંત્રતા દિવસના અવસર પર 'રાષ્ટ્રના નામ નેહરૂનો સંદેશ' ૧૪ ઓગસ્ટ, ૧૯૪૭એ આપવામાં આવ્યો. એ ભાષણમાં સામાન્ય જનતાને નવા ભારતના નિર્માણ માટે પ્રેરિત કરવામાં આવી. સ્વતંત્રતા પ્રાપ્તિથી પહેલાં ભારતીય સમાજમાં નિરક્ષરતા, ગરીબી, ખરાબ સ્વાસ્થ્યની દશા જેવી કેટલીય સામાજિક કુરીતિઓ પણ હાજર હતી. નેહરૂના

સંદેશમાં આ સામાજિક બુરાઈઓને ઉખાડી ફેંકવાની અપીલ હતી અને ભારતને એક ફલતા-ફૂલતા રાષ્ટ્રમાં બદલવાનું જોશ હતું.

નેહરૂજીએ પોતાના સંદેશમાં દેશવાસીઓને રાષ્ટ્રના નિર્માણમાં સક્રિય ભાગીદારીની અપીલ કરી. એમણે લોકોથી અનુરોધ કર્યો કે તેઓ રાષ્ટ્રીય નેતાઓ પ્રત્યે આત્મવિશ્વાસ રાખે અને બતાવે. એ નેતાઓ પર દેશને આગળ વધારવાની જવાબદારી હતી. નેહરૂજીના ભાષણમાં સ્વતંત્રતાની અવધારાણા પર જોર નાખવામાં આવ્યું હતું.

નેહરૂજીએ આ ભાષણમાં રાષ્ટ્રપિતા મહાત્મા ગાંધીનો પણ ઉલ્લેખ કર્યો. એમણે એ સ્વતંત્રતા સેનાનીઓ પ્રત્યે પણ શ્રદ્ધાંજલિ અર્પિત કરી, જેમણે બ્રિટિશ શાસનથી મુક્તિ માટે પોતાનું જીવન બલિદાન કરી દીધું હતું. દેશના ભાગલાને કારણથી કેટલાક લોકોને જે દર્દ અને પીડા સહન કરવી પડી, એનો પણ ઉલ્લેખ કર્યો. આ ભાષણે સામાન્ય જનતાને પ્રારંભિક સમસ્યાઓથી ઝઝૂમવા માટે પ્રેરિત કર્યા જેથી ભારતનું ભવિષ્ય ગરિમામય થાય.

નેહરૂજીએ પોતાના ભાષણના અંતમાં ભારતમાતા પ્રત્યે શ્રદ્ધાંજલિ અર્પિત કરી. એમણે શપથ લીધી કે તેઓ ભારતમાતાની દરેક સ્થિતિમાં સુરક્ષા કરશે. એમણે બધા દેશવાસીઓને એકજુટ થઈને માતૃભૂમિની સેવા કરવાનું કહ્યું.

INDIAN INTITUTE
OF TCHNO

પ્રધાનમંત્રીના રૂપમાં નેહરૂ

જવાહરલાલ નેહરૂ ભારતના પ્રથમ પ્રધાનમંત્રી હતા. તેઓ ૧૫ ઓગસ્ટ, ૧૯૪૭એ પ્રધાનમંત્રી બન્યા. એમના પ્રધાનમંત્રી બનવાના પ્રારંભિક સમયમાં સાંપ્રદાયિક દંગા પણ થયા.

નેહરૂજીને ના ઇચ્છતાં હોવા છતાં પણ પાકિસ્તાનના રૂપમાં નવા રાષ્ટ્રના નિર્ણયનો સ્વીકાર કરવો પડ્યો. મુસ્લિમ લીગના નેતા મોહમ્મદ અલી ઝીણાની ઇચ્છા હતી કે પાકિસ્તાન બને આથી એના પર મોહર લગાવવી નેહરૂજીની મજબૂરી હતી.

એમણે હિંસાથી પ્રભાવિત ક્ષેત્રોનો પ્રવાસ કરીને વિસ્ફોટક પરિસ્થિતિઓને શાંત કરવાનો પ્રયત્ન કર્યો. એમણે દંગાગ્રસ્ત સ્થાનોનો પ્રવાસ કર્યો અને ભારતીય મુસ્લિમોની સુરક્ષા માટે અસરકારક પગલાં ઉઠાવ્યાં.

નેહરૂએ વિશેષ આર્થિક સુધારની નીતિ બનાવી અને ભારતના યોજના આયોગનું ગઠન કર્યું. ભારતીય અર્થવ્યવસ્થાની પંચવર્ષીય યોજનાઓ આ આયોગની દેણ છે. પ્રધાનમંત્રી જવાહરલાલ નેહરૂની આર્થિક નીતિ ગ્રામીણ ક્ષેત્રો પર કેન્દ્રિત હતી.

નેહરૂજી એવા પ્રથમ નીતિ નિર્માતા છે, જેમણે ભારતીય અર્થવ્યવસ્થામાં કુટીર ઉદ્યોગના મહત્ત્વને સમજ્યું. એમના કાર્યકાળમાં કેટલાય શૈક્ષિક અને સામાજિક સુધારા થયા. ઉચ્ચ શિક્ષા માટે આઈ.આઈ.ટી., આઈ.આઈ.એમ. અને એમ્સ જેવી

ઉચ્ચ ગુણવત્તાવાળી સંસ્થાઓની સ્થાપનામાં એમની અગત્યની ભૂમિકા રહી. પ્રાથમિક શિક્ષાને અનિવાર્ય બનાવવામાં આવી. પ્રાથમિક શિક્ષા શુલ્કરહિત પણ કરવામાં આવી. એ સિવાય પ્રૌઢ શિક્ષાના કેન્દ્રોની પણ સ્થાપના કરવામાં આવી.

પ્રધાનમંત્રી તરીકે નેહરૂના અંતિમ દિવસ

પ્રધાનમંત્રી તરીકે જવાહરલાલ નેહરૂના અંતિમ દિવસ રાજનીતિક સમસ્યાઓથી ભરેલા પડ્યાં હતા. આ દરમિયાન એમણે પોતાની પુત્રી ઇંદિરા ગાંધીને ભારતના રાજનીતિક પરિદૃશ્યમાં વધારો આપ્યો. પછીથી ઇંદિરા ગાંધી ભારતની પ્રથમ મહિલા પ્રધાનમંત્રી બની. ઈ.સ. ૧૯૬૨માં એમના પ્રધાનમંત્રિત્વ સમયના અંતિમ દિવસોમાં ચીને ભયંકર રૂપથી ભારતીય ભૂમિનું અતિક્રમણ કર્યું.

સમાજ સુધારક

સ્વતંત્ર ભારતના ગણતંત્રમાં જવાહરલાલ નેહરૂએ સમાજ સુધારની પ્રક્રિયા શરૂ કરી. એમણે સમાજને ખોખલો કરી રહેલી જાતિવાદી પ્રથાને ઉખાડી ફેંકવા માટે કેટલાય નિર્ણાયક પગલાં ઉઠાવ્યા. એમણે ભારતની વિધિ વ્યવસ્થાને સુધારવા પર ભાર આપ્યો. એવા કાયદા લાગૂ કરવામાં આવ્યા, જેનાથી જાતિના આધાર પર કરવામાં આવવાવાળા ભેદભાવને ગેરકાનૂની ઠહેરાવી

શકાય. આવું કરવાવાળાઓને કાનૂનની અંદર સજા આપવાનું પ્રાવધાન પણ થયું.

નેહરુજી પણ એ કેટલાક ભારતીય નેતાઓમાંથી હતા, જેમણે ભારતની સામાન્ય જનતાની બુદ્ધિના વિકાસને મહત્ત્વને સમજ્યું હતું. એમણે ના ફક્ત વિજ્ઞાન વિષયને ભણાવવા પર ભાર આપ્યો, બલ્કે એના વ્યાવહારિક જ્ઞાન અને ઉપયોગને પણ આગળ વધારવાનો પ્રયત્ન કર્યો. એમણે વ્યાવસાયિક શિક્ષાના મહત્ત્વને સમજ્યું. લોકો એનો અભ્યાસ કરે, એના માટે પણ એમણે કેટલાય પગલાં ઉઠાવ્યા. અત્યંત પ્રતિષ્ટિત આઈ.આઈ.ટી. એમના પ્રધાનમંત્રી સમયની જ દેણ છે.

જવાહરલાલ નેહરુ એ સમયમાં પેદા થયા હતા, જ્યારે પરસ્પર સંવાદનું માધ્યમ ટપાલ સેવા જ હતી. થોડા ઉચ્ચવર્ગીય લોકોની પાસે જ ટેલીફોન રહેતા હતા. સરકારી હૉસ્પિટલોની સંખ્યા ખૂબ ઓછી હતી. ગ્રામીણ ભારતીય આબાદી ખૂબ ગરીબ હતી અને દયનીય સ્થિતિમાં જિંદગી પસાર કરી રહી હતી.

શિક્ષાના મોરચા પર

નેહરુજીએ કેટલીય સ્કૂલોના નિર્માણ અને એમાં પઠન-પાઠનની શરુઆત કરાવી. આ સ્કૂલોમાં ગ્રામીણ બાળકોને પ્રાથમિક અને માધ્યમિક શિક્ષા આપવામાં આવતી હતી. આ

સ્કૂલ આખા ભારતમાં ફેલાયેલી હતી. પ્રાથમિક શિક્ષા કોઈ ફી વગર આપવામાં આવતી હતી.

સરકારી સ્કૂલોમાં બાળકોને મફત ભોજન પણ આપવામાં આવતું હતું. મફત ભોજન આપવાની નેહરૂજીની યોજના પૂરી રીતે સફળ રહી. હકીકતમાં એમણે આ વાત સારી રીતે સમજી લીધી હતી કે મફત ભોજનની યોજના શરૂ કરીને બાળકોને સ્કૂલની તરફ આકર્ષિત કરી શકાય છે.

જવાહરલાલ નેહરૂએ પ્રૌઢો માટે વ્યાવસાયિક સ્કૂલોની સ્થાપના કરી. ગ્રામીણ અને શહેરી બંને જ વિસ્તારોમાં પ્રૌઢ શિક્ષા કેન્દ્ર ખોલવામાં આવ્યા. ઉચ્ચ ટેકનીકી સ્કૂલોની પણ સ્થાપના કરવામાં આવી.

મહિલાઓને કાનૂની અધિકાર

ભારતીય ગણતંત્ર એક મોટી આબાદીવાળો દેશ છે. એમાં લગભગ અડધી આબાદી મહિલાઓની છે. નેહરૂજીએ એ કાનૂનોને બહાલ કર્યા જેનાથી દેશની મહિલાઓને રાષ્ટ્રીય ચૂંટણીમાં વ્યાવહારિક રીતથી મતદાન કરવા કરવાની ગેરંટી મળી શકે. ભારતીય મહિલાઓની સામાજિક સ્વતંત્રતાને જાળવવા માટે આ કાનૂન બનાવવામાં આવ્યા. નેહરૂજીના પ્રધાનમંત્રિત્વમાં મહિલાઓને પહેલેથી ક્યાંય વધારે કાનૂની અધિકાર આપવામાં આવ્યા.

S C OOL

આરક્ષણ

નેહરૂજીએ સરકારી નોકરીઓના ક્ષેત્રમાં ના ફક્ત આરક્ષણની નીતિને લાગૂ કરી, બલ્કે એને વધારો પણ આપ્યો. સરકારી નોકરીમાં એક નિશ્ચિત ટકા અનુસૂચિત જાતિ અને અનુસૂચિત જનજાતિના ઉમેદવારો માટે આરક્ષિત રહેતા હતા. આ ભારતના નિમ્ન વર્ગના લોકોને મુખ્ય ધારામાં સામેલ કરવાના ઉદ્દેશ્યથી કરવામાં આવ્યો હતો. આધુનિક ભારતીય ગણતંત્રમાં દરેક જગ્યાએ નેહરૂના સામાજિક સુધારાઓની ઝલક જોવા મળે છે.

નેહરૂની ઔદ્યોગિક નીતિ

જવાહરલાલ નેહરૂએ પોતાની આર્થિક નીતિઓમાં ગ્રામીણ અને શહેરી ક્ષેત્રોમાં સંતુલન સ્થાપિત કરવાના પ્રયત્ન કર્યા. એમણે કહ્યું કે આ બંનેની વચ્ચે કોઈ વિરોધાભાસ નથી અને બંને સાથે-સાથે ચાલે છે. એમણે વર્ષોથી ચાલી આવી રહેલા શહેર અને ગામની વચ્ચેના વિરોધાભાસને નકાર્યો અને કહ્યું કે ભારતમાં આ સાથે-સાથે ચાલી શકે છે. નેહરૂજીએ 'ડેમ' (બાંધ)ને ભારતના સામૂહિક વિકાસના સંકેત તરીકે જોયો. 'ડેમ'માં આપણને એક જ જગ્યાએ ઔદ્યોગિક, એન્જિનિયરિંગ અને કૃષિનું હળેલું-મળેલું રૂપ જોવા મળે છે.

નેહરૂજી અને ગુટનિરપેક્ષ નીતિ

નેહરૂની ગુટનિરેપક્ષ અવધારણાથી આંતરરાષ્ટ્રીય ક્ષેત્રમાં ભારતને વધારે પ્રતિષ્ઠા મળી. નવોદિત સ્વતંત્ર રાષ્ટ્રોએ આ મુદ્દા પર ભારતનું સમર્થન કર્યું. હકીકતમાં ભારતની સાથે-સાથે એ દેશોમાં પણ મહાશક્તિઓની વચ્ચે ચાલી રહેલી સૈનિક કાર્યવાહી અને પહેલેથી ચાલી આવી રહેલા ઔપનિવેશિક શક્તિઓના પ્રભાવ પ્રત્યે ચિંતા હતી.

એમને એક એશિયાઈ હોવાનો ગર્વ હતો. તેઓ ઇચ્છતા હતા કે એશિયાઈ દેશ પોતાના રાજનીતિક ભવિષ્યના નિયંત્રક ખુદ બને અને એમને પશ્ચિમી તાકાતોથી પ્રેરિત થવાની જરૂર નથી.

આંતરરાષ્ટ્રીય ભાઈચારામાં નેહરૂનો દૃઢ વિશ્વાસ હતો. આ જ કારણ હતું કે એમણે ભારતને કૉમનવેલ્થ દેશ બની રહેવાની મંજૂરી આપી.

પંચશીલ સિદ્ધાંત

ઈ.સ. ૧૯૫૪માં ચીનના પ્રધાનમંત્રી જોઉ એનલાઈએ ભારતનો પ્રવાસ કર્યો. ભારતમાં એમનું જોરદાર સ્વાગત થયું. જો કે તિબ્બતના સંબંધમાં વધારે લાંબા સમયથી વાતચીત ચાલી રહી હતી અને તે સીમા સંબંધી સમસ્યાઓના મામલામાં ભારતની જાગૃકતાને જાહેર કરે છે. સમાધાનની પ્રસ્તાવના મહત્ત્વપૂર્ણ હતી.

એને બધાએ સ્વીકાર કરી હતી અને સંપૂર્ણ વિશ્વમાં તે 'પંચશીલ'ના નામથી ઓળખાય છે. 'પંચશીલ' અર્થાત્ શાંતિના પાંચ સિદ્ધાંત, જે નિમ્નલિખિત છે -

૧. એક-બીજાની ક્ષેત્રિય એકતા અને સંપ્રુભાતનું પરસ્પર સન્માન.
૨. પરસ્પર અનાક્રમક વર્તન.
૩. એક-બીજાના આંતરિક મામલાઓમાં કોઈ હસ્તક્ષેપ નહીં.
૪. સમાનતા અને પરસ્પર લાભ.
૫. શાંતિપૂર્વક સાથે રહેવાની પરસ્પર જવાબદારી

ભારતે વેપાર અને તીર્થ સંબંધિત કેટલાક અધિકાર છોડી દીધા. એના પછી ઑક્ટોબર, ૧૯૫૪માં જવાહરલાલ નેહરૂએ ચીનનો પ્રવાસ કર્યો. ચીન પછી એમણે વિયેતનામ અને ઇંડોનેશિયાનો પણ પ્રવાસ કર્યો અને દરેક જગ્યાએ શાંતિનો સંદેશ મોકલ્યો.

નેહરૂજી અને ચીન

નેહરૂજી ભારત અને ચીનની વચ્ચે મધુર અને પરસ્પર ઉપયોગી સંબંધના પક્ષધર હતા. ૧૯૫૪માં નવી દિલ્લી અને પીકિંગની વચ્ચે થયેલ 'પંચશીલ સમાધાન' એમના શાંતિપૂર્ણ વર્તનનું જ

પરિણામ હતું. જો કે ૧૯૫૫ પછીથી જ ચીને ભારતના કેટલાક સીમાવર્તી વિસ્તારોમાં પેટ્રોલિંગ શરૂ કરી દીધું હતું. દિલ્લીમાં આ સમસ્યાને શાંતિપૂર્ણ રીતે સમાધાન કરવાના પ્રયત્ન ચાલી રહ્યાં હતા. નેહરૂજીના નેતૃત્વમાં ભારતનો એ પ્રયત્ન હતો કે તેઓ એક મુદ્દાને એક સમય પર ઉઠાવીને વાતચીત શરૂ કરે. બંને દેશોની વચ્ચે તણાવ વધી ગયો. આ રીતથી તણાવ દરમિયાન જ ચીને ૧૯૬૨માં મોટા સ્તર પર ઘુસપેઠ શરૂ કરી દીધી. આ ના ફક્ત નેહરૂ બલ્કે પૂરા આંતરરાષ્ટ્રીય સમુદાયના માટે એક કરારો ઝટકો હતો. ભારતીય સેના ના તો એના માટે તૈયાર હતી અને ના તો એમની પાસે એટલા અસ્ત્ર-શસ્ત્ર હતા. નેહરૂજીએ 'પંચશીલ'માં પોતાની પૂરી નિષ્ઠા બતાવી અને એના પર અડગ રહ્યાં. આંતરરાષ્ટ્રીય દબાણ અને ગુસ્સાને કારણે ચીનને પાછળ હટવું પડ્યું. નેહરૂજીએ આંતરરાષ્ટ્રીય નીતિ પર છેલ્લો 'માસ્ટર સ્ટ્રોક' લગાવ્યો. એમણે 'સૈન્ય હાર'ને ભારતની 'નૈતિક જીત'માં બદલી દીધી.

આરામ હરામ છે

નેહરૂજીએ ફક્ત એક જ નારો આપ્યો - 'આરામ હરામ છે.' એમણે દરેક મોકા પર આને વારંવાર દોહરાવ્યો. એમણે ના ફક્ત

એને કહ્યું બલ્કે તેઓ ખુદ પણ પ્રતિદિવસ ૨૦ કલાક કામ કરતા હતા. એમની સામે દરેક દિવસ સેંકડો રાષ્ટ્રીય અને આંતરરાષ્ટ્રીય સમસ્યાઓ થતી હતી, પરંતુ એક વ્યક્તિ જે સતત વિકાસના રસ્તા પર આગળ વધી રહ્યો હતો, એના માટે આરામ કરવો મુશ્કેલ હતો.

નેહરૂજીના અંતિમ દિવસ

જવાહરલાલ નેહરૂના કારકિર્દીનો રેકૉર્ડ ખૂબ સારો છે, પરંતુ એમના પ્રધાનમંત્રી સમયના છેલ્લાં આઠ વર્ષ વધારે સફળ નથી કહી શકાતા. એ વર્ષોમાં દેશ આંતરિક અને બાહ્ય બંને જ સ્તર પર સમસ્યાઓથી ઝઝૂમી રહ્યો હતો.

ઈ.સ. ૮ જાન્યુઆરી, ૧૯૬૪ે નેહરૂજીને હાર્ટએટેક આવ્યો. એણે એમને શારીરિક રીતે ખરાબ રીતે તોડી નાખ્યા. ઘણાં લોકોએ નેહરૂજીને પ્રધાનમંત્રી પદથી ત્યાગપત્ર આપવાની સલાહ આપી, પરંતુ એમણે એવું કરવાના ના કહી દીધી. ગંભીર બીમારી છતાં નેહરૂ ૧૦ ફેબ્રુઆરીએ સંસદ ગયા. ત્યાં એમને જોઈને સ્પષ્ટ જાણ થઈ રહી હતી કે તેઓ સ્વસ્થ નથી, પરંતુ એમણે અસ્વસ્થ હોવાની વાત પણ ના માની. થોડા મહીનાઓ પછી સ્વાસ્થ્યમાં સુધારો થયો. કૉંગ્રેસી ખુશ હતા કે એમના નેતા પાછા 'પાવર'માં

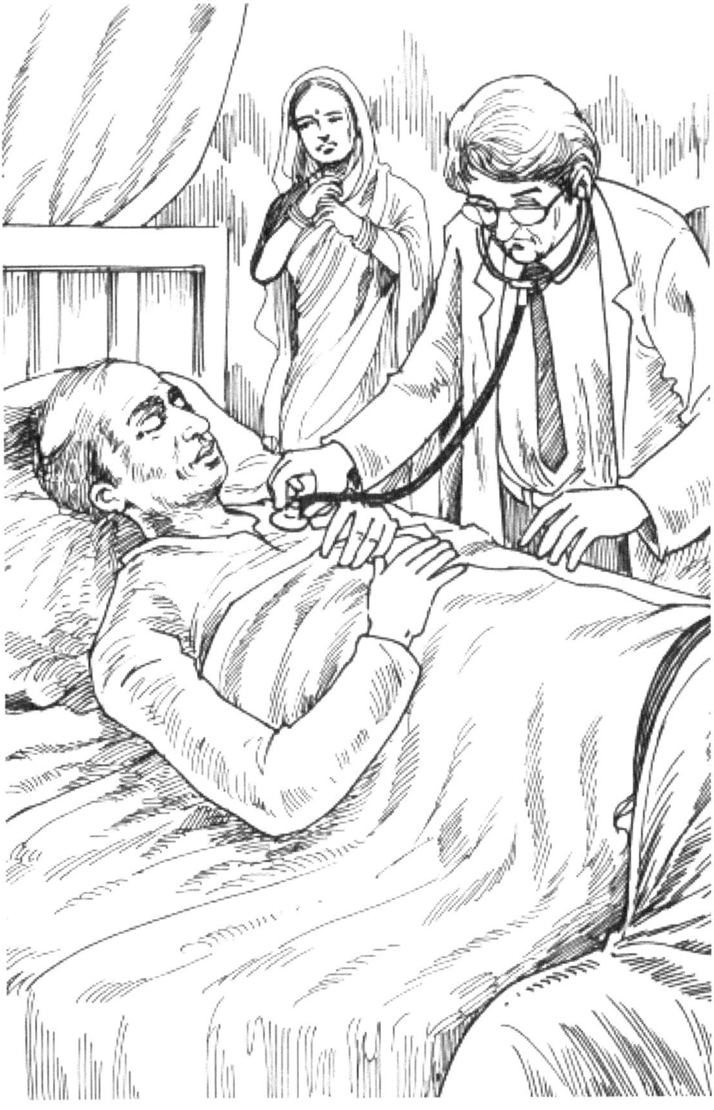

આવશે, પરંતુ મે, ૨૭ના દિવસે તેઓ ખરાબ રીતે બીમાર થઈ ગયા. તેઓ ઊંડા દર્દમાં હતા. એમને અત્યંત બેચેની થઈ રહી હતી. તરત ડૉક્ટરોને બોલાવવામાં આવ્યા. ડૉક્ટરોએ સગા-સંબંધીઓને સૂચના આીપ કે એમને બચાવાવા માટે કશું નથી કરી શકાતું. એ જ દિવસે ૧ કલાક ૪૪ મિનિટ પર બપોરે નેહરૂજીએ અંતિમ શ્વાસ લીધો. આ એક મહાન અને ગરિમામય વ્યક્તિત્વનો અંત હતો, જેણે ના ફક્ત રાજનીતિક અને સામાજિક બલ્કે વ્યાવસાયિક ક્ષેત્રમાં ઉત્કૃષ્ણ કાર્ય કર્યા હતા. એ દિવસે ભારતે એક મહાન નેતા ગુમાવી દીધો. આજે પણ ઘનઘોર સંકટના સમયે લાગે છે, જાણે તેઓ આપણી વચ્ચે હાજર છે.

જવાહરલાલની વસીયત

જવાહરલાલ નેહરૂ મહાન રાષ્ટ્રવાદી, ગાંધીવાદી અને દેશભક્ત નેતા હતા. એમની રાષ્ટ્રશક્તિનું એક ઉદાહરણ એમની વસીયતથી કંઈક આ પ્રકારે પ્રગટ થાય છે -

''વસીયતમાં મળેલી ભારતની અમૂલ્ય ધરોહર પ્રત્યે હું ગૌરવ અનુભવ કરું છું. હું ભારતીય ઈતિહાસના અભ્યુદયથી આજ સુધી ચાલી આવી રહેલી શ્રૃંખલાની એક કડી છું. બરાબર એવી જ રીતે જે પ્રકારે આપણે બધા છીએ. હું આ શ્રૃંખલાને

તોડીશ નહી કેમ કે હું એને સંભાળીને રાખું છું અને એનાથી પ્રેરણા લઉં છું. ભારતની સાંસ્કૃતિક ધરોહરને પોતાની આખરી શ્રદ્ધાંજલિ હું કંઈક આ પ્રકારે આપવા ઈચ્છું છું- મારો અનુરોધ છે કે મારી રાખનો થોડો ભાગ ઈલાહાબાદની ગંગામાં વહાવી દેવામાં આવે, કેમ કે આ ગંગા ભારતના તટોને ધોઈને મહાસાગરમાં વિલીન થઈ જાય છે.

મારી બીજી ઈચ્છા એ પણ છે કે હવાઈ જહાજથી મારી રાખને અત્યંત ઊંચે લઈ જવામાં આવે અને એને ખેતરોમાં વિખેરવામાં આવે, જ્યાં ભારતીય ખેડૂત કામ કરે છે. જેથી આ ભારતની ધૂળ-માટીમાં મળી જાય અને એનો એવો હિસ્સો બની જાય, જે એનાથી ક્યારેય અલગ ન થાય."

- જવાહરલાલ નેહરૂ